Impressum
Verlag: BABADADA GmbH, Nedderfeld 112 , 22529 Hamburg
Geschäftsführer / Verlagsleitung: Harald Hof
Druck: Books on Demand GmbH, In de Tarpen 42, 22848 Norderstedt

Imprint
Publisher: BABADADA GmbH, Nedderfeld 112 , 22529 Hamburg, Germany
Managing Director / Publishing direction: Harald Hof
Print: Books on Demand GmbH, In de Tarpen 42, 22848 Norderstedt

klaslokaal
phòng học

delen
chia

186/2

bord
bảng viết

speelplaats
sân trường

leerkracht
giáo viên

papier
giấy

schrijven
viết

pen
cây bút

bureau
bàn làm việc

liniaal
cây thước

boek
sách

leerling
học sinh

schooltas

cặp đeo vai học sinh

pennenzak

hộp đựng bút

potlood

bút chì

puntenslijper

cái gọt bút chì

gom

cục tẩy

tekenblok

tập giấy vẽ

tekening

bản vẽ

verfborstel

cọ vẽ

verfdoos

hộp mực vẽ

schaar

cây kéo

lijm

keo dán

werkboek

sách bài tập

huiswerk

bài tập ở nhà

nummer

số

optellen

cộng

aftrekken

trừ

vermenigvuldigen

nhân

rekenen

tính toán

letter

chữ cái

alfabet

bảng chữ cái

woord

từ

tekst

văn bản

Lezen

đọc

krijt

phấn viết

les

bài học

klassenboek

sổ lớp

examen

thi kiểm tra

certificaat

chứng chỉ

schooluniform

đồng phục học sinh

onderwijs

giáo dục

encyclopedie

từ điển bách khoa

universiteit

đại học

microscoop

kính hiển vi

kaart

bản đồ

papiermand

thùng rác giấy

school - trường học

hotel
khách sạn

Grand

jeugdherberg
nhà trọ

wisselkantoor
quầy đổi tiền

koffer
va li

auto
xe ô tô

Taal

ngôn ngữ

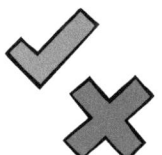

ja / nee

có / không

oké

ô kê

hallo

Xin chào

vertaler

thông dịch viên

bedankt

cám ơn

Hoeveel kost …?

… bao nhiêu tiều?

Ik begrijp het niet

tôi không hiểu

probleem

vấn đề

Goedenavond!

Xin chào! (buổi tối)

Goedemorgen!

xin chào! (buổi sáng)

Goedenavond!

chúc ngủ ngon!

Tot ziens

tạm biệt

richting

hướng đi

bagage

hành lý

zak

túi xách

rugzak

túi ba lô

gast

khách

kamer

phòng

slaapzak

túi ngủ

tent

lều

toeristeninformatie

thông tin du lịch

strand

bãi biển

kredietkaart

thẻ tín dụng

ontbijt

ăn sáng

lunch

ăn trưa

avondeten

ăn tối

ticket

vé xe

lift

thang máy

postzegel

tem bưu điện

grens

biên giới

douane

hải quan

ambassade

đại sứ quán

visum

thị thực

paspoort

hộ chiếu

vliegtuig
máy bay

schip
tàu thủy

brandweerwagen
xe cứu hỏa

bus
xe buýt

vrachtwagen
xe tải

motorboot
xuồng máy

fiets
xe đạp

auto
xe ô tô

veerboot

phà

boot

xuồng

motor

xe máy

politiewagen

xe cảnh sát

racewagen

xe đua

huurauto

xe cho thuê

carpoolen

dịch vụ thuê xe tự lái

sleepwagen

xe kéo cứu hộ

vuilniswagen

xe rác

motor

động cơ

benzine

xăng

benzinestation

trạm xăng

verkeersbord

biển báo giao thông

verkeer

giao thông

file

ách tắc giao thông

parkeerplaats

bãi đậu xe

station

nhà ga

sporen

đường ray

trein

xe lửa

tram

tàu điện

wagon

toa xe

helikopter

máy bay trực thăng

luchthaven

sân bay

toren

tháp

passagier

hành khách

container

côngtenơ

karton

thùng các-tông

kar

xe đẩy

mand

cái giỏ

opstijgen / landen

cất cánh / hạ cánh

stad
thành phố

dorp

làng

stadscentrum

trung tâm thành phố

huis

nhà

bioscoop
rạp chiếu phim

reclame
quảng cáo

straatlantaarn
đèn đường

straat
đường phố

taxi
taxi

kiosk
quán ăn nhẹ

voetganger
người đi bộ

trottoir
vỉa hè

zebrapad
phần đường có vạch cho người đi bộ

vuilnisbak
thùng rác lớn

kruispunt
ngã tư giao thông

verkeerslichten
đèn hiệu giao thông

hut

nhà chòi

woning

căn hộ

station

nhà ga

stadshuis

tòa thị chính

museum

viện bảo tàng

school

trường học

universiteit

đại học

bank

ngân hàng

ziekenhuis

bệnh viện

hotel

khách sạn

apotheek

hiệu thuốc

kantoor

văn phòng

boekwinkel

hiệu sách

winkel

cửa hiệu

bloemenwinkel

cửa hiệu bán hoa

supermarkt

siêu thị

markt

chợ

warenhuis

cửa hàng bách hóa

vishandelaar

người bán cá

winkelcentrum

trung tâm mua bán

haven

bến cảng

park

công viên

bank

ghế băng

brug

cầu

trap

cầu thang

metro

tàu điện ngầm

tunnel

đường hầm

bushalte

trạm xe buýt

bar

quán bar

restaurant

khách sạn

brievenbus

hòm thư công cộng

straatnaambord

bảng hiệu đường

parkeermeter

đồng hồ đậu xe

zoo

vườn bách thú

zwembad

bể bơi

moskee

nhà thờ Hồi giáo

boerderij

nông trại

milieuverontreiniging

ô nhiễm môi trường

kerkhof

nghĩa trang

kerk

nhà thờ

speelplaats

sân chơi

tempel

ngôi đền

landschap
phong cảnh

blad
lá cây

wegwijzer
bảng chỉ đường

weg
lối đi

weide
bãi cỏ

steen
hòn đá

boom
cây

wandelaar
người đi bộ đường dài

rivier
sông

gras
cỏ

bloem
bông hoa

vallei

thung lũng

heuvel

đồi

meer

hồ nước

bos

rừng

woestijn

sa mạc

vulkaan

núi lửa

kasteel

lâu đài

regenboog

cầu vồng

paddenstoel

nấm

palmboom

cây cọ

mug

con muỗi

vlieg

con ruồi

mier

con kiến

bijl

con ong

spin

con nhện

kever

bọ cánh cứng

kikker

con ếch

eekhoorn

con sóc

egel

con nhím

haas

con thỏ

uil

con cú

vogel

con chim

zwaan

thiên nga

wild zwijn

heo rừng

hert

con hươu

eland

nai sừng tấm

dam

đê

windturbine

tuabin gió

zonnepaneel

tấm năng lượng mặt trời

klimaat

khí hậu

landschap - phong cảnh

ober
bồi bàn

menu
thực đơn

stoel
ghế

soep
súp

pizza
bánh pizza

bestek
bộ dao nĩa ăn

tafelkleed
khăn trải bàn

voorgerecht

món ăn khai vị

hoofdgerecht

món ăn chính

nagerecht

món tráng miệng

drankjes

thức uống

eten

thức ăn

fles

cái chai

fastfood

thức ăn nhanh

street food

thức ăn đường phố

theepot

ấm trà

suikerpot

hộp đường

portie

khẩu phần

espressomachine

máy pha espresso

kinderstoel

ghế cao

rekening

hóa đơn

dienblad

khay

mes

dao

vork

nĩa

lepel

thìa

theelepel

thìa uống trà

serviette

khăn ăn

glas

cốc thủy tinh

bord

đĩa

soepbord

đĩa súp

schoteltje

đĩa lót cốc

saus

nước sốt

zoutvatje

lọ muối

pepermolen

cái xay tiêu

azijn

giấm

olie

dầu

kruiden

gia vị

ketchup

nước xốt cà chua

mosterd

tương hạt cải

mayonaise

nước sốt mayonnaise

aanbieding
chào giá đặc biệt

klant
khách hàng

zuivelproducten
sản phẩm từ sữa

FOR

fruit
trái cây

winkelwagen
xe đẩy mua sắm

slagerij

lò mổ

bakkerij

cửa hiệu bán bánh mì

wegen

cân nặng

groenten

rau quả

vlees

thịt

diepvriesvoedsel

thức ăn đông lạnh

charcuterie

lát thịt nguội

conserven

đồ hộp

waspoeder

bột giặt

snoep

đồ ngọt

huishoudproducten

sản phẩm dùng trong gia đình

schoonmaakproducten

chất tẩy rửa

verkoopster

người bán hàng

kassa

quầy trả tiền

kassier

nhân viên thu ngân

boodschappenlijstje

danh sách mua sắm

openingstijden

giờ mở cửa

portefeuille

ví tiền

kredietkaart

thẻ tín dụng

tas

túi đeo

plastieken zakje

túi ny lông

water

nước

sap

nước quả ép

melk

sữa

cola

coca-cola

wijn

rượu vang

bier

bia

alcohol

cồn

cacao

cacao

thee

trà

koffie

cà phê

espresso

espresso

cappuccino

cappuccino

banaan

chuối

appel

quả táo

sinaasappel

quả cam

meloen

dưa hấu

citroen

chanh

wortel

cà rốt

knoflook

tỏi

bamboe

tre

ajuin

củ hành

champignon

nấm

noten

hạt dẻ

noodles

mì

spaghetti

mì spaghetti

rijst

cơm

salade

xà lách

frieten

khoai tây chiên

gebakken aardappelen

khoai tây chiên

pizza

bánh pizza

hamburger

bánh hamburger

sandwich

bánh mì sandwich

kalfslapje

thịt côtlet

ham

thịt giăm bông

salami

xúc xích

worst

dồi

kip

gà

braden

rán

vis

cá

havervlokken

cháo yến mạch

muesli

cháo muesli

cornflakes

bánh bột ngô nướng

bloem

bột mì

croissant

bánh sừng bò

pistolet

bánh mì

brood

bánh mì

toast

bánh mì nướng

koekjes

bánh bích quy

boter

bơ

kwark

sữa đông

taart

bánh ngọt

ei

trứng

spiegelei

trứng rán

kaas

pho mát

ijs

kem

suiker

đường

honing

mật ong

confituur

mứt

choco

kem nougat

curry

cà ri

eten - thức ăn

boerderij
nhà nông trại

strobaal
kiện rơm

schuur
nhà vựa

veld
cánh đồng

paard
con ngựa

aanhangwagen
xe moóc

tractor
máy kéo

veulen
ngựa con

ezel
con lừa

schaap
con cừu

lam
cừu con

geit

con dê

koe

con bò

kalf

con bê

varken

con lợn

biggetje

lợn con

stier

bò đực

gans

con ngỗng

eend

con vịt

kuiken

gà con

kip

gà mái

haan

gà trống

rat

con chuột

kat

mèo

muis

chuột nhắt

os

bò đực

hond

con chó

hondenhok

nhà chuồng chó

tuinslang

ống tưới vườn cây

gieter

thùng tưới cây

zeis

lưỡi hái

ploeg

cái cày

sikkel

cái liềm

schoffel

cái cuốc

hooivork

cái chĩa

bijl

cái rìu

kruiwagen

xe cút kít

trog

máng ăn

melkkan

lọ sữa

zak

bao tải

hek

hàng rào

stal

chuồng

broeikas

nhà kính trồng cây

bodem

đất trồng

zaad

hạt giống

mest

phân bón

maaidorser

máy gặt đập liên hợp

oogsten

thu hoạch

oogst

mùa thu hoạch

yam

khoai lang

tarwe

lúa mì

soja

đậu nành

aardappel

khoai tây

maïs

ngô

koolzaad

hạt cải dầu

fruitboom

cây ăn trái

maniok

sắn

graan

ngũ cốc

schoorsteen
ống khói

dak
mái nhà

regenpijp
ống máng nước mưa

raam
cửa sổ

garage
ga ra

deurbel
chuông cửa

deur
cửa

vuilnisbak
thùng rác

brievenbus
hòm thư

tuin
vườn

woonkamer

phòng khách

badkamer

phòng tắm

keuken

bếp

slaapkamer

phòng ngủ

kinderkamer

phòng trẻ em

eetkamer

phòng ăn

vloer

nền nhà

muur

tường

plafond

trần nhà

kelder

tầng hầm

sauna

tắm hơi

balkon

ban công

terras

sân hiên

zwembad

bể bơi

grasmaaier

máy cắt cỏ

dekbedovertrek

khăn trải giường

dekbed

khăn trải giường

bed

giường

bezem

chổi

emmer

cái xô

schakelaar

công tắc điện

behangpapier
giấy dán tường

foto
hình ảnh

lamp
đèn

schap
cái kệ

kast
tủ

open haard
lò sưởi

televisie
ti vi

bloem
bông hoa

kussen
gối

sofa
ghế sofa

vaas
bình hoa

afstandsbediening
điều khiển từ xa

mat
thảm

gordijn
rèm

tafel
cái bàn

stoel
ghế

schommelstoel
ghế bập bênh

fauteuil
ghế bành

boek

sách

deken

cái chăn

decoratie

đồ trang trí

brandhout

củi

film

phim

stereo-installatie

máy hi-fi

sleutel

chìa khóa

krant

báo

schilderij

bức tranh

poster

áp phích

radio

radio

notitieboekje

sổ ghi chép

stofzuiger

máy hút bụi

cactus

cây xương rồng

kaars

cây nến

koelkast
tủ lạnh

microgolfoven
lò viba

keukenweegschaal
cái cân trong bếp

broodrooster
máy nướng bánh

afwasmiddel
chất tẩy rửa

oven
lò nướng

vriesvak
ngăn tủ đông lạnh

vuilnisbak
thùng rác

vaatwasmachine
máy rửa bát

fornuis

lò nấu

pot

nồi

gietijzeren pot

nồi sắt

wok / kadai

chảo

pan

chảo

waterkoker

ấm đun nước

stoomkoker

nồi đun hơi

bakplaat

khay lò nướng

servies

bát đĩa

mok

cốc

kom

cái bát

eetstokjes

đũa

pollepel

cái vá

spatel

bàn xẻng

garde

que đánh kem

vergiet

rây dùng trong bếp

zeef

cái rây lọc

rasp

cái nạo

mortier

vữa

barbecue

vỉ nướng

haardvuur

ngọn lửa trần

snijplank

cái thớt

deegrol

trục cán bột

kurkentrekker

cái mở nút chai

blik

vỏ đồ hộp

blikopener

cái mở vỏ đồ hộp

pannenlap

miếng nhấc nồi

gootsteen

bồn rửa bát

borstel

bàn chải

spons

miếng xốp

blender

máy xay

vriezer

tủ đông lạnh

papfles

bình sữa cho trẻ sơ sinh

kraan

vòi nước

douche
vòi hoa sen

verwarming
lò sưởi

handdoek
khăn lau

douchegordijn
rèm che ngăn tắm

bubbelbad
tắm bọt

badkuip
bồn tắm

glas
cốc thủy tinh

wasmachine
máy giặt

tegels
gạch lát

kraan
vòi nước

kinderpo
cái bô

gootsteen
bồn rửa bát

toilet

bồn cầu

hurktoilet

bồn cầu ngồi xổm

bidet

bồn rửa hậu môn

urinoir

bồn tiểu tiện

toiletpapier

giấy vệ sinh

toiletborstel

bàn chải cọ bồn cầu

tandenborstel

bàn chải đánh răng

tandpasta

kem đánh răng

flosdraad

chỉ nha khoa

wassen

rửa

handdouche

vòi sen cầm tay

bidethanddouche

vòi rửa hậu môn

waskom

bồn rửa

rugborstel

bàn chải cọ lưng

zeep

xà phòng

douchegel

sữa tắm

shampoo

dầu gội

washandje

khăn cọ để tắm

afvoer

lỗ thoát nước

crème

kem

deodorant

chất khử mùi

spiegel

gương

handspiegel

gương tay

scheermes

dao cạo râu

scheerschuim

kem cạo râu

aftershave

nước thơm dùng sau khi
cạo râu

kam

cái lược

borstel

bàn chải

haardroger

máy xấy tóc

haarlak

keo xịt tóc

make-up

đồ trang điểm

lippenstift

thỏi son môi

nagellak

sơn bôi móng

watten

bông

nagelknipper

kéo cắt móng

parfum

nước hoa

toilettas

túi đựng đồ tắm

kruk

ghế đẩu

weegschaal

cái cân

badjas

áo choàng tắm

latex handschoenen

găng tay làm vệ sinh

tampon

nút gạc

maandverband

băng vệ sinh

chemisch toilet

nhà vệ sinh hóa chất

wekker
đồng hồ báo thức

knuffel
thú bông

speelgoedauto
xe đồ chơi

poppenhuis
nhà búp bê

rammelaar
cái lúc lắc

geschenk
món quà

ballon

bong bóng

bed

giường

kinderwagen

xe nôi

spel kaarten

trò chơi bài

puzzel

trò chơi ghép hình

stripboek

truyện tranh

legoblokjes

gạch Lego

blokken

khối xếp hình

actiefiguur

nhân vật hành động

kruippakje

áo liền quần cho trẻ sơ sinh

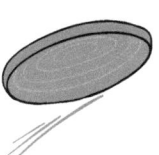

frisbee

đĩa nhựa để ném

mobiel

đồ chơi treo trên giường

bordspel

trò chơi cờ bàn

dobbelsteen

xúc xắc

modelspoorweg

đồ chơi xe lửa mô hình

fopspeen

ti giả

feest

buổi tiệc

prentenboek

sách tranh

bal

quả bóng

pop

búp bê

spelen

chơi

zandbak

hố cát

schommel

cái đu

speelgoed

đồ chơi

spelconsole

máy chơi game cầm tay

driewieler

xe ba bánh

knuffelbeer

gấu bông

kleerkast

tủ quần áo

kleding
y phục

sokken

bít tất

kousen

bít tất dài

maillot

quần tất

sjaal
khăn choàng cổ

riem
dây thắt lưng

paraplu
ô che mưa

T-shirt
áp phông

laarzen
ủng

slippers
dép đi trong nhà

sneakers
giày sneaker

sandalen
dép xăng đan

schoenen
giày

rubberlaarzen
ủng cao su

onderbroek
quần lót

beha
áo ngực

onderhemd
áo vest

lichaam

áo ôm sát cơ thể

broek

quần dài

jeans

quần bò

rok

váy

blouse

áo cánh

hemd

áo sơ mi

trui

áo len chui đầu

capuchontrui

áo len

blazer

áo blazer

jas

áo jacket

jas

áo khoác

regenjas

áo mưa

kostuum

trang phục

jurk

áo váy

trouwjurk

áo cưới

pak

bộ com lê

nachthemd

áo ngủ

pyjama

pijama

sari

trang phục sari

hoofddoek

khăn trùm đầu

tulband

khăn đội đầu

boerka

áo burka

kaftan

áo captan

abaya

áo aba

badpak

quần áo bơi

zwembroek

quần bơi

short

quần đùi

trainingspak

quần áo tracksuit

schort

tạp dề

handschoenen

găng tay

knoop

cái cúc

bril

kính mắt

armband

vòng đeo tay

ketting

vòng cổ

ring

nhẫn

oorbel

hoa tai

pet

mũ lưỡi trai

kapstok

cái mắc treo áo quần

hoed

mũ

das

cà vạt

rits

dây kéo phéc mơ tuya

helm

mũ bảo hiểm

bretellen

dây đeo quần

schooluniform

đồng phục học sinh

uniform

đồng phục

slabbetje

yếm trẻ em

fopspeen

ti giả

luier

tã lót

server
máy chủ

dossierkast
tủ hồ sơ

printer
máy in

papier
giấy

monitor
màn hình

bureau
bàn làm việc

muis
chuột máy tính

map
thư mục

toestenbord
bàn phím

papiermand
thùng rác giấy

stoel
ghế

computer
máy tính

koffiemok

cốc cà phê

rekenmachine

máy tính bỏ túi

internet

internet

laptop

laptop

brief

thư

bericht

tin nhắn

gsm

điện thoại di động

netwerk

mạng

kopieerapparaat

máy photocopy

software

phần mềm

telefoon

điện thoại

stopcontact

ổ cắm điện

fax

máy fax

formulier

mẫu đơn

document

chứng từ

kopen

mua

betalen

trả tiền

handelen

buôn bán

geld

tiền

dollar

đô la

euro

Euro

yen

yên

roebel

rúp

Zwitserse frank

franc Thụy Sĩ

Chinese renminbi

nhân dân tệ

roepie

rupi

geldautomaat

máy rút tiền tự động

wisselkantoor

quầy đổi tiền

goud

vàng

zilver

bạc

olie

dầu

energie

năng lượng

prijs

giá tiền

contract

hợp đồng

belasting

thuế

aandeel

cổ phiếu

werken

làm việc

werknemer

nhân viên

werkgever

chủ lao động

fabriek

nhà máy

winkel

cửa hiệu

politieagent
nhân viên cảnh sát

brandweerman
lính cứu hỏa

kok
đầu bếp

dokter
bác sĩ

piloot
phi công

tuinman

người làm vườn

timmerman

thợ mộc

naaister

thợ may

rechter

chánh án

chemicus

nhà hóa học

acteur

diễn viên

buschauffeur

tài xế xe buýt

taxichauffeur

người lái taxi

visser

ngư dân

schoonmaakster

người lau dọn vệ sinh

dakdekker

thợ lợp mái nhà

ober

bồi bàn

jager

thợ săn

schilder

họa sĩ

bakker

thợ làm bánh

elektricien

thợ điện

bouwvakker

thợ xây dựng

ingenieur

kỹ sư

slager

người hàng thịt

loodgieter

thợ sửa ống nước

postbode

người đưa thư

soldaat

người lính

architect

kiến trúc sư

kassier

nhân viên thu ngân

bloemist

người bán hoa

kapper

thợ cắt tóc

conducteur

nhân viên soát vé

mecanicien

thợ cơ khí

kapitein

thuyền trưởng

tandarts

nha sĩ

wetenschapper

nhà khoa học

rabbijn

giáo sĩ Do thái

imam

lãnh tụ Hồi giáo

monnik

nhà sư

geestelijke

mục sư

hamer
cây búa

tang
kìm

schroevendraaier
tua vít

schroefsleutel
cờ lê

zaklamp
đèn pin

graafmachine

máy xúc đất

gereedschapskoffer

hộp dụng cụ

ladder

cái thang

zaag

cưa

spijkers

đinh

boormachine

máy khoan

repareren

sửa chữa

schop

cái xẻng

Verdomme!

khốn nạn!

blik

cái hót rác

verfpot

.thùng sơn

schroeven

vít

muziekinstrumenten
nhạc cụ

luidspreker
loa

drumstel
bộ trống

gitaar
đàn ghi ta

contrabas
đàn công tra bát

trompet
kèn trompet

piano

đàn piano

viool

đàn vĩ cầm

basgitaar

ghi ta bass

pauk

trống định âm

trommels

trống

keyboard

đàn organ

saxofoon

kèn Saxophone

fluit

sáo

microfoon

micro

tijger
con cọp

ingang
lối vào

kooi
lồng

zebra
ngựa vằn

diereneten
thức ăn gia súc

panda
gấu trúc

dieren

động vật

olifant

con voi

kangoeroe

chuột túi

neushoorn

tê giác

gorilla

khỉ đột

beer

con gấu

kameel

lạc đà

struisvogel

đà điểu

leeuw

sư tử

aap

con khỉ

flamingo

hồng hạc

papegaai

con vẹt

ijsbeer

gấu bắc cực

pinguïn

chim cánh cụt

haai

cá mập

pauw

con công

slang

con rắn

krokodil

cá sấu

dierenverzorger

người trông giữ vườn bách thú

zeehond

hải cẩu

jaguar

báo đốm

pony

ngựa lùn

luipaard

con báo

nijlpaard

hà mã

giraffe

hươu cao cổ

adelaar

đại bàng

wild zwijn

heo rừng

vis

cá

zeeschildpad

con rùa

walrus

hải mã

vos

con cáo

gazelle

linh dương

rugby
bóng bầu dục Mỹ

wielrennen
đua xe đạp

tennis
quần vợt

basketbal
bóng rổ

zwemmen
bơi

ijshockey
khúc côn cầu trên băng

boksen
đấm bốc

voetbal

bóng đá

badminton

cầu lông

atletiek

điền kinh

handbal

bóng ném

skiën

trượt tuyết

polo

polo

springen
nhảy

knuffelen
ôm

lachen
cười

zingen
ca hát

wandelen
đi bộ

dromen
mơ

bidden
cầu nguyện

kussen
hôn

schrijven

viết

tekenen

vẽ

tonen

chỉ trỏ

duwen

đẩy

geven

cho

nemen

lấy đi

hebben

có

doen

làm

zijn

thì / là

staan

đứng

lopen

chạy

trekken

kéo

gooien

ném

vallen

rơi

liggen

nằm

wachten

chờ đợi

dragen

mang vác

zitten

ngồi

aankleden

mặc quần áo

slapen

ngủ

ontwaken

thức dậy

kijken naar

xem

wenen

khóc

aaien

vuốt ve

kammen

chải

praten

nói chuyện

begrijpen

hiểu

vragen

câu hỏi

luisteren

nghe

drinken

uống

eten

ăn

opruimen

dọn dẹp

houden van

yêu

koken

nấu nướng

rijden

lái xe

vliegen

bay

zeilen

đi thuyền buồm

rekenen

tính toán

Lezen

đọc

leren

học

werken

làm việc

trouwen

cưới

naaien

khâu vá

tandenpoetsen

đánh răng

doden

giết

roken

hút thuốc

sturen

gửi đi

ootmoeder
nội (ngoại)

grootvader
ông nội (ngoại)

vader
cha

moeder
mẹ

baby
trẻ con

dochter
con gái

zoon
con trai

gast

khách

tante

cô (dì)

oom

chú, bác (cậu)

broer

anh (em) trai

zus

chị (em) gái

voorhoofd
trán

oog
mắt

schouder
vai

vinger
ngón tay

gezicht
mặt

kin
cằm

hand
bàn tay

borst
ngực

been
chân

arm
cánh tay

baby

trẻ con

man

đàn ông

vrouw

phụ nữ

meisje

bé gái

jongen

bé trai

hoofd

đầu

rug
lưng

buik
bụng

navel
rốn

teen
ngón chân

hiel
gót chân

bot
xương

heup
hông

knie
đầu gối

elleboog
khuỷu tay

neus
mũi

zitvlak
mông

huid
da

wang
má

oor
tai

lip
môi

mond

miệng

tand

răng

tong

lưỡi

hersenen

não

hart

tim

spier

cơ bắp

long

phổi

lever

gan

maag

dạ dày

nieren

thận

seks

giao hợp

condoom

bao cao su

eicel

noãn

sperma

tinh dịch

zwangerschap

mang thai

lichaam - cơ thể

menstruatie

kinh nguyệt

vagina

âm vật

penis

dương vật

wenkbrauw

lông mày

haar

tóc

nek

cổ

ziekenhuis
bệnh viện

ambulance
xe cứu thương

rolstoel
xe lăn

breuk
gãy xương

dokter

bác sĩ

spoed

phòng cấp cứu

verpleegkundige

y tá

noodgeval

cấp cứu

bewusteloos

bất tỉnh

pijn

cơn đau

verwonding

bị thương

bloeding

chảy máu

hartaanval

nhồi máu cơ tim

beroerte

đột quỵ

allergie

dị ứng

hoest

ho

koorts

sốt

griep

cúm

diarree

tiêu chảy

hoofdpijn

đau đầu

kanker

ung thư

diabetes

bệnh tiểu đường

chirurg

bác sĩ phẫu thuật

scalpel

dao mổ

operatie

giải phẫu

CT

chụp cắt lớp

röntgenstraal

chụp x-quang

ultrageluid

siêu âm

gezichtsmasker

mặt nạ

ziekte

bệnh

wachtkamer

phòng đợi

kruk

cái nạng

pleister

băng dán vết thương

verband

băng bó

injectie

tiêm thuốc

stethoscoop

ống nghe khám bệnh

brancard

băng ca

thermometer

nhiệt kế

geboorte

sinh đẻ

overgewicht

thừa cân

hoorapparaat

máy trợ thính

ontsmettingsmiddel

chất khử trùng

infectie

nhiễm trùng

virus

vi rút

HIV / AIDS

HIV / AIDS

medicijn

thuốc

vaccinatie

tiêm chủng

tabletten

thuốc viên

pil

viên thuốc

noodoproep

gọi cấp cứu

bloeddrukmeter

máy đo huyết áp

ziek / gezond

bệnh / khỏe mạnh

Help!

cứu!

alarm

báo động

overval

cuộc đột kích

aanval

sự tấn công

gevaar

mối nguy hiểm

nooduitgang

lối thoát hiểm

Brand!

cháy!

brandblusser

bình chữa cháy

ongeval

tai nạn

EHBO-kit

bộ dụng cụ sơ cứu

SOS

SOS

politie

cảnh sát

Europa

châu Âu

Noord-Amerika

Bắc Mỹ

Zuid-Amerika

Nam Mỹ

Afrika

châu Phi

Azië

châu Á

Australië

châu Úc

Atlantische Oceaan

Đại Tây Dương

Stille Oceaan

Thái Bình Dương

Indische Oceaan

Ấn Độ Dương

Antarctische Oceaan

Nam Cực Dương

Arctische Oceaan

Bắc Băng Dương

Noordpool

bắc cực

Zuidpool

nam cực

Antarctica

nam cực

aarde

trái đất

land

đất liền

zee

biển

eiland

đảo

natie

quốc gia

staat

nhà nước

wijzerplaat

mặt đồng hồ

uurwijzer

kim chỉ giờ

minuutwijzer

kim chỉ phút

secondewijzer

kim chỉ giây

Hoe laat is het?

Bây giờ là mấy giờ?

dag

ngày

tijd

thời gian

nu

bây giờ

digitale horloge

đồng hồ điện tử

minuut

phút

uur

giờ

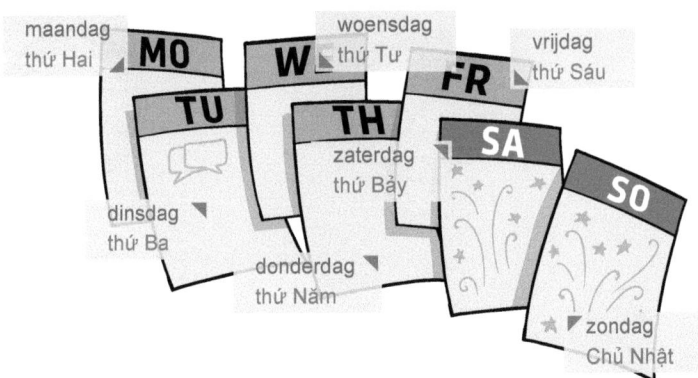

maandag
thứ Hai

woensdag
thứ Tư

vrijdag
thứ Sáu

dinsdag
thứ Ba

zaterdag
thứ Bảy

donderdag
thứ Năm

zondag
Chủ Nhật

gisteren

hôm qua

vandaag

hôm nay

morgen

ngày mai

ochtend

buổi sáng

middag

buổi trưa

avond

buổi tối

werkdagen

ngày làm việc

weekend

cuối tuần

regen
mưa

regenboog
cầu vồng

sneeuw
tuyết

wind
gió

lente
mùa xuân

herfst
mùa thu

zomer
mùa hè

winter
mùa đông

4.APRIL	11°	
5.APRIL	4°	
6.APRIL	13°	
7.APRIL	8°	
8.APRIL	10°	

weervoorspelling
dự báo thời tiết

thermometer
nhiệt kế

zonneschijn
ánh nắng

wolk
mây

mist
sương mù

vochtigheid
độ ẩm không khí

bliksem

tia chớp

donder

sấm sét

storm

cơn bão

hagel

mưa đá

moesson

gió mùa

overstroming

lũ lụt

ijs

nước đá

januari

tháng Một

februari

tháng Hai

maart

tháng Ba

april

tháng Tư

mei

tháng Năm

juni

tháng Sáu

juli

tháng Bảy

augustus

tháng Tám

september

....

tháng Chín

oktober

....

tháng Mười

november

....

tháng Mười Một

december

....

tháng Mười Hai

vormen
hình dạng

cirkel

....

hình tròn

kwadraat

....

hình vuông

rechthoek

....

hình chữ nhật

driehoek

....

hình tam giác

bol

....

hình cầu

kubus

....

khối vuông

wit

màu trắng

geel

màu vàng

oranje

màu cam

roze

màu hồng

rood

màu đỏ

paars

màu tím

blauw

màu xanh dương

groen

màu xanh lá cây

bruin

màu nâu

grijs

màu xám

zwart

màu đen

veel / weinig

nhiều / ít

boos / kalm

tức tối / điềm tĩnh

mooi / lelijk

xinh đẹp / xấu xí

begin / einde

bắt đầu / kết thúc

groot / klein

to / nhỏ

licht / donker

sáng / tối

broer / zus

nh (em) trai / chị (em) gái

proper / vuil

sạch / bẩn

volledig / onvolledig

đủ / thiếu

dag / nacht

ngày / đêm

dood / levend

chết / sống

breed / smal

rộng / chật hẹp

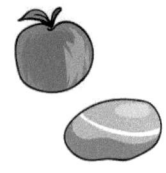

eetbaar / oneetbaar

ăn được / không ăn được

kwaadaardig / vriendelijk

ác / tử tế

opgewonden / verveeld

hào hứng / chán nản

dik / dun

béo / gầy

eerst / laatst

đầu tiên / cuối cùng

vriend / vijand

bạn / thù

vol / leeg

đầy / rỗng

hard / zacht

cứng / mềm

zwaar / licht

nặng / nhẹ

honger / dorst

đói / khát

ziek / gezond

bệnh / khỏe mạnh

illegaal / legaal

bất hợp pháp / hợp pháp

intelligent / dom

thông minh / ngu

links / rechts

trái / phải

dichtbij / veraf

gần / xa

nieuw / gebruikt

mới / cũ

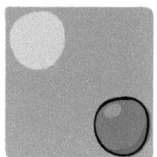

niets / iets

không có gì cả / có cái gì đó

oud / jong

già / trẻ

aan / uit

bật / tắc

open / dicht

mở / đóng

stil / luid

im lặng / ồn ào

rijk / arm

giàu / nghèo

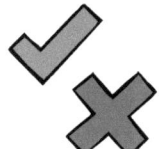

juist / fout

đúng / sai

ruw / glad

sần sùi / mịn màng

droevig / blij

buồn / vui

kort / lang

ngắn / dài

traag / snel

chậm / nhanh

nat / droog

ẩm ướt / khô ráo

warm / koud

ấm áp / mát mẻ

oorlog / vrede

chiến tranh / hòa bình

0

nul

số không

1

één

một

2

twee

hai

3

drie

ba

4

vier

bốn

5

vijf

năm

6

zes

sáu

7

zeven

bảy

8

acht

tám

9

negen

chín

10

tien

mười

11

elf

mười một

12

twaalf

mười hai

13

dertien

mười ba

14

veertien

mười bốn

15

vijftien

mười lăm

16

zestien

mười sáu

17

zeventien

mười bảy

18

achtien

mười tám

19

negentien

mười chín

20

twintig

hai mươi

100

honderd

một trăm

1.000

duizend

một ngàn

1.000.000

miljoen

một triệu

Talen

các ngôn ngữ

Engels

tiếng Anh

Amerikaans Engels

tiếng Anh Mỹ

Chinees (Mandarijn)

tiếng Quan Thoại

Hindi

tiếng Hin-di

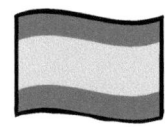

Spaans

tiếng Tây Ban Nha

Frans

tiếng Pháp

Arabisch

tiếng Ả-rập

Russisch

tiếng Nga

Portugees

tiếng Bồ Đào Nha

Bengali

tiếng Bengal

Duits

tiếng Đức

Japans

tiếng Nhật

ik

tôi

u

bạn

hij / zij / het

anh ta / cô ta / nó

wij

chúng tôi

u

các bạn

ze

họ

wie?

ai?

wat?

cái gì?

hoe?

như thế nào?

waar?

ở đâu?

wanneer?

lúc nào?

naam

tên

achter

phía sau

in

ở trong

voor

phía trước

boven

phía trên

op

ở trên

onder

ở dưới

naast

bên cạnh

tussen

ở giữa

plaats

chỗ